गंमत कोडी

भाग १

घनश्याम देशमुख

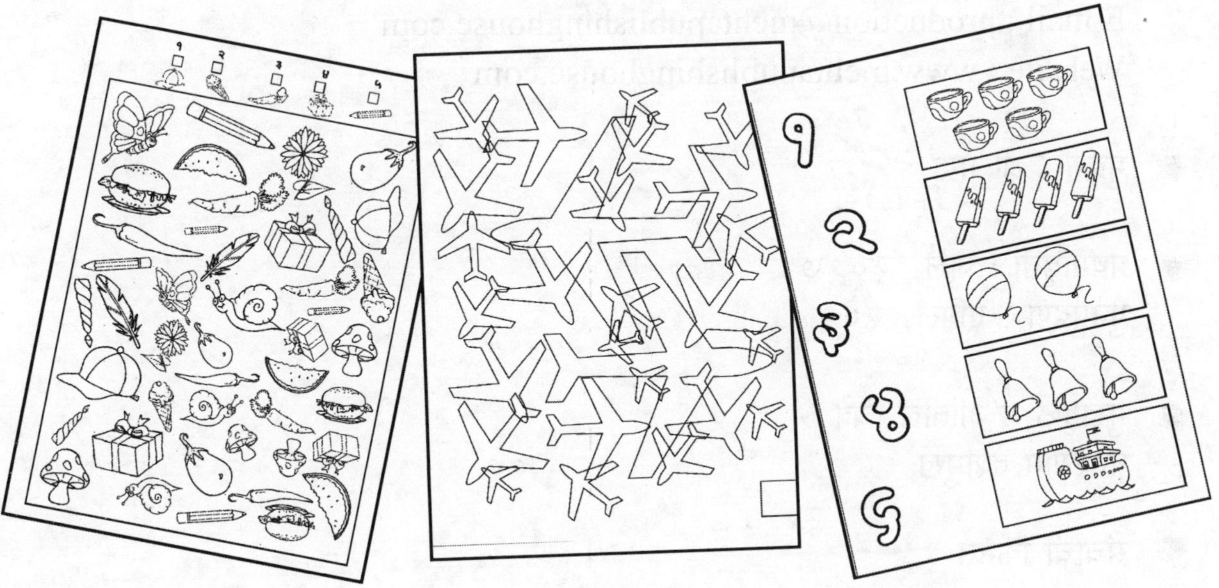

मेहता पब्लिशिंग हाउस

GAMMAT KODI BHAG 1
by GHANSHYAM DESHMUKH

गंमत कोडी भाग १ / बालसाहित्य
घनश्याम देशमुख

संस्थापक : सुनील अनिल मेहता

प्रकाशक : मेहता पब्लिशिंग हाऊस प्रा. लि.,
१९४१ सदाशिव पेठ, माडीवाले कॉलनी, पुणे – ४११०३०.
✆ ०२०-२४४७६९२४
E-mail : production@mehtapublishinghouse.com
Website : www.mehtapublishinghouse.com

मुद्रक : श्री मुद्रा

प्रथमावृत्ती : जुलै, २०१७
पुनर्मुद्रण : एप्रिल, २०२४

मुखपृष्ठ व आतील चित्रे
घनश्याम देशमुख

संचाची किंमत
₹ ३५०/- (५ पुस्तकांचा संच)

P Book ISBN 9789386745286

चित्र ओळखा व रिकाम्या जागा भरुन चित्राचे नाव पूर्ण करा आणि रंगवा.

	फ			द

	र	

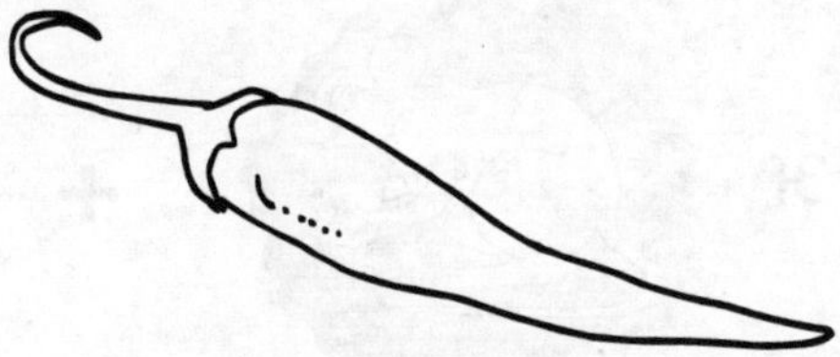

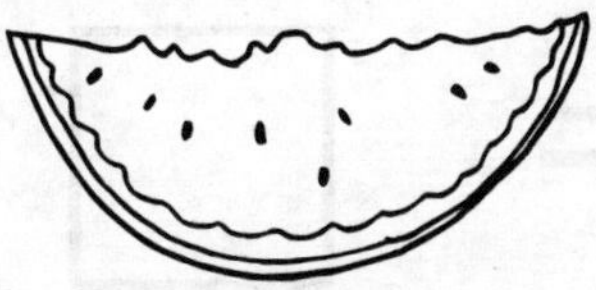

		ग	

	ल	पा		

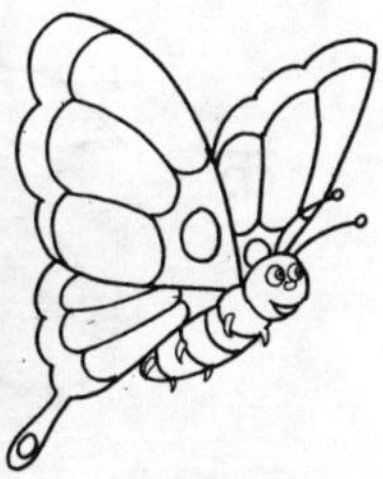

गु		

		स		म

खालील प्रत्येक चित्रास एक क्रमांक दिलेला आहे. त्यानुसार अंकाची बेरीज करा व उत्तर लिहा.

अ  +  = ७

ब  +  = ☐

क  +  = ☐

ड  +  = ☐

इ  +  = ☐

मोजा आणि जोड्या लावा.

१

२

३

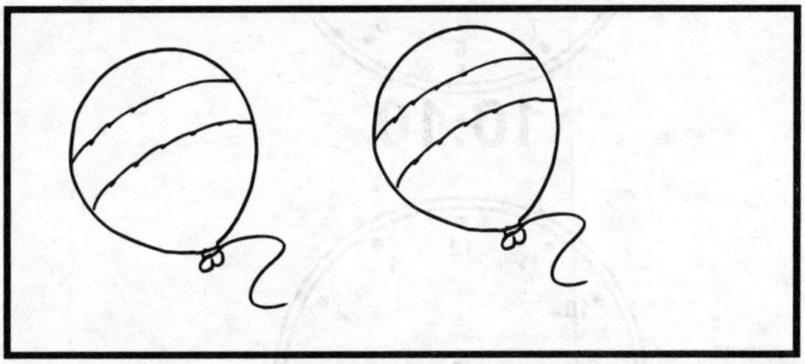

४

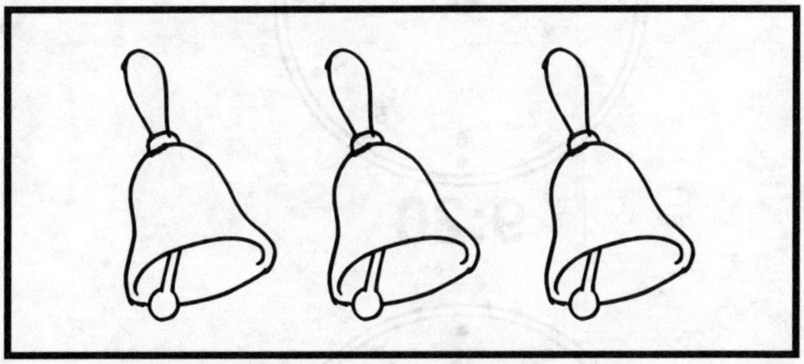

५

खाली दिलेली वेळ दर्शविण्यासाठी घड्याळात काटे काढा.

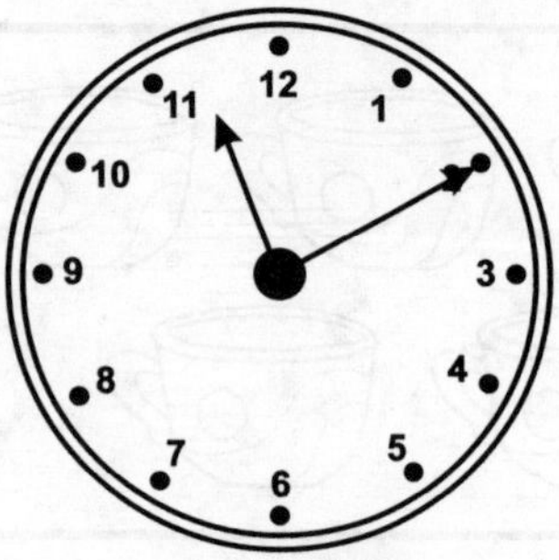

11:10

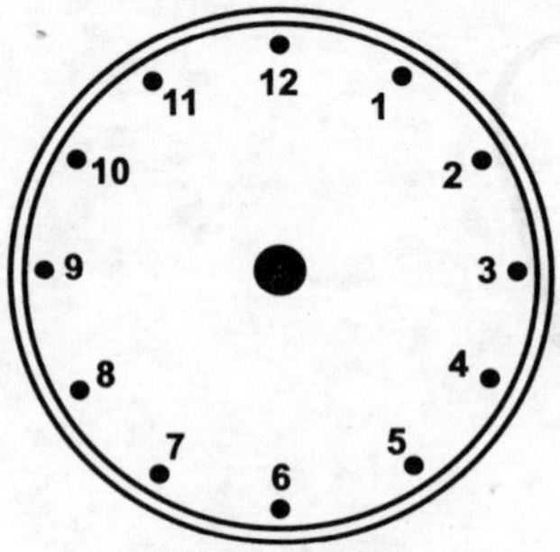

12:55

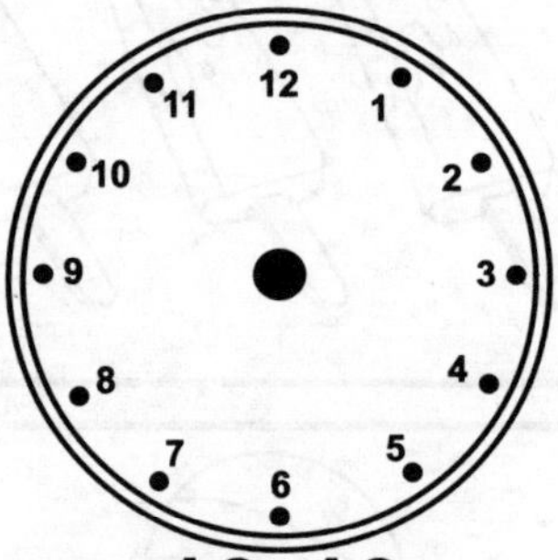

10:10

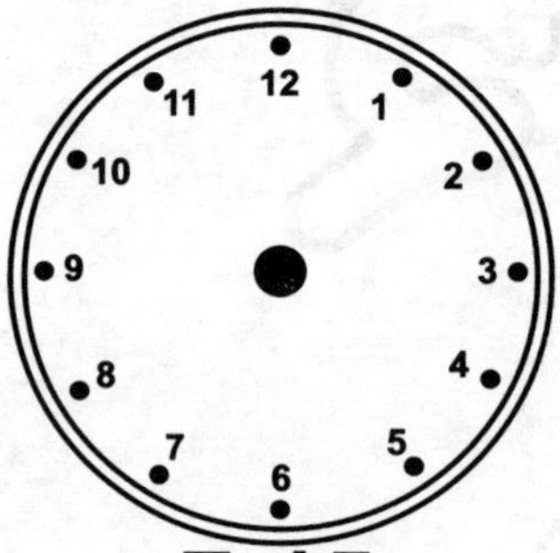

7:15

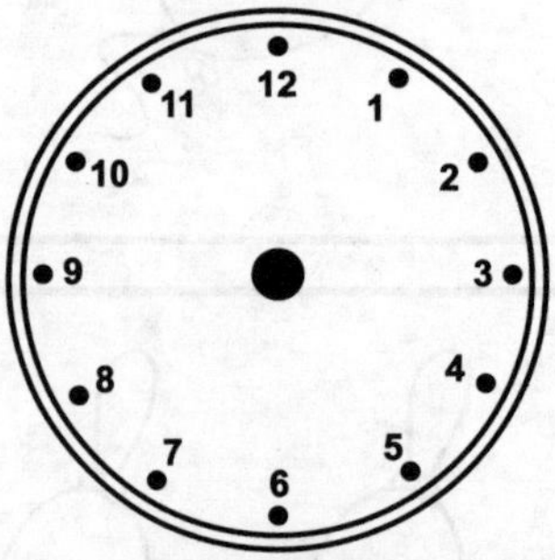

9:20

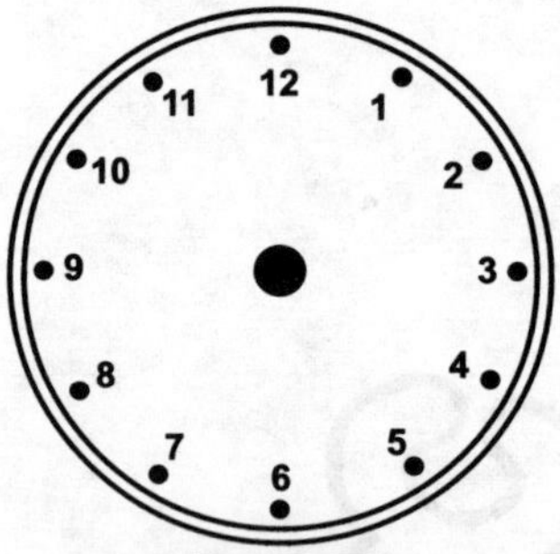

8:25

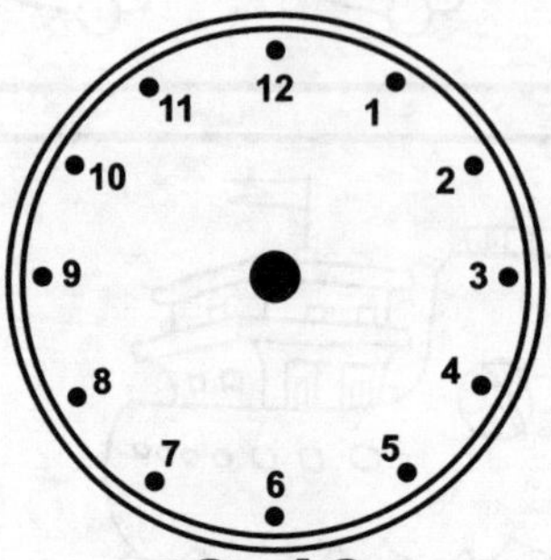

6:40

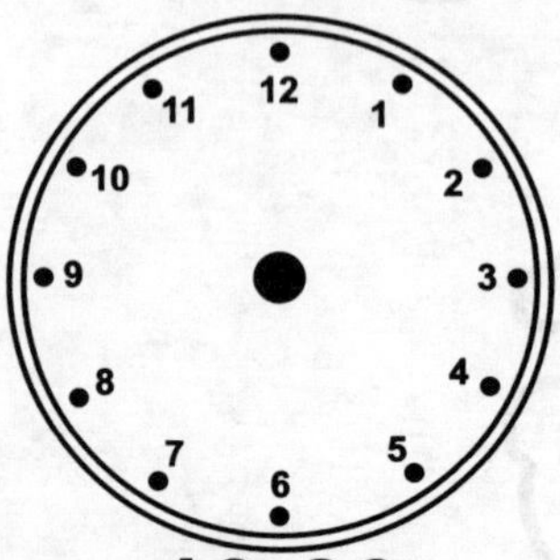

10:30

खाली दिलेल्या फळांची योग्य सावली ओळखा.

खालील चित्र चौकोनात काढा.

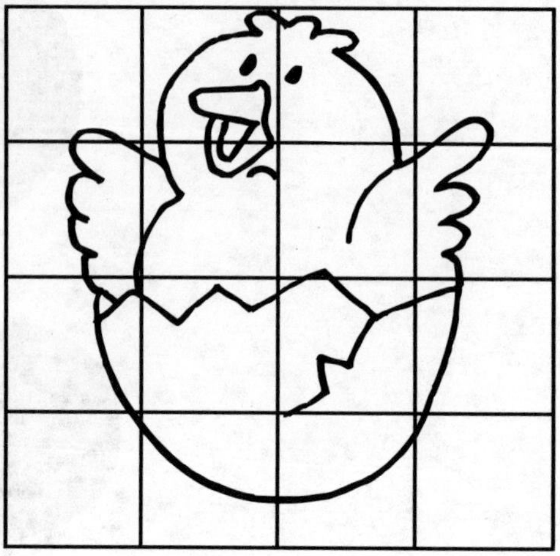

गणित सोडवा आणि जोड्या लावा.

७ + ७

२०

९ + १

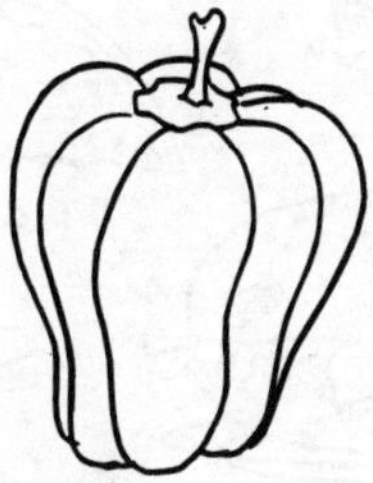

९

११ + ९

१८

१५ + ३

१०

१ + ४

१४

खालील चौकोनात कोणती वस्तू किती वेळा आली ते लिहा.

१	२	३	४	५
☐	☐	☐	☐	☐

चित्रांना दिलेल्या अंकानुसार बेरीज पूर्ण करा व उत्तरे लिहा.

अ 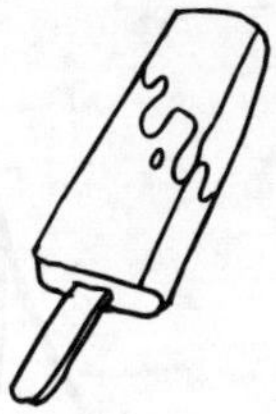 +  =

ब  +  =

क  +  =

ड  + 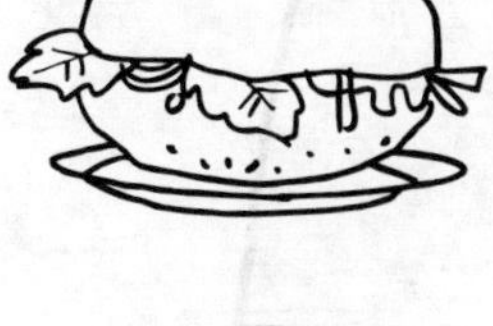 =

इ 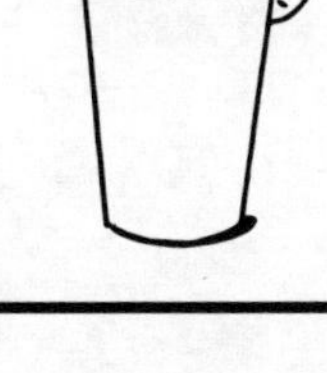 + 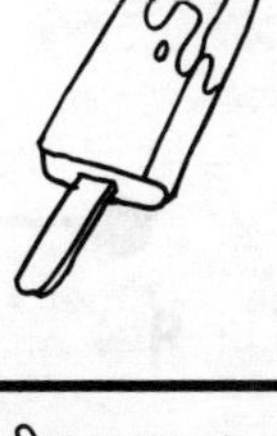 =

ठिपके जोडा व चित्र पूर्ण करा.

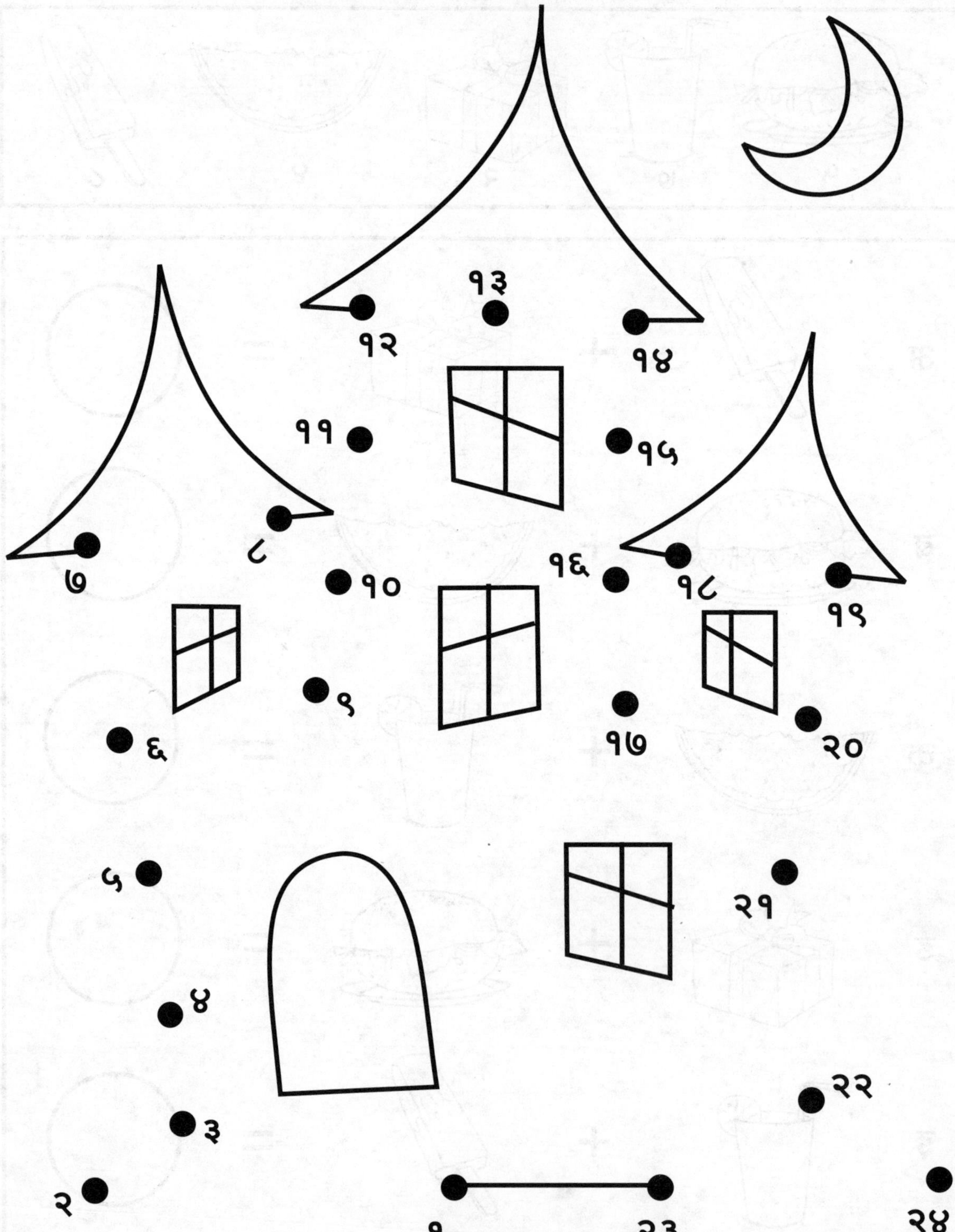

आकृती पूर्ण करण्यासाठी जोड्या लावा.

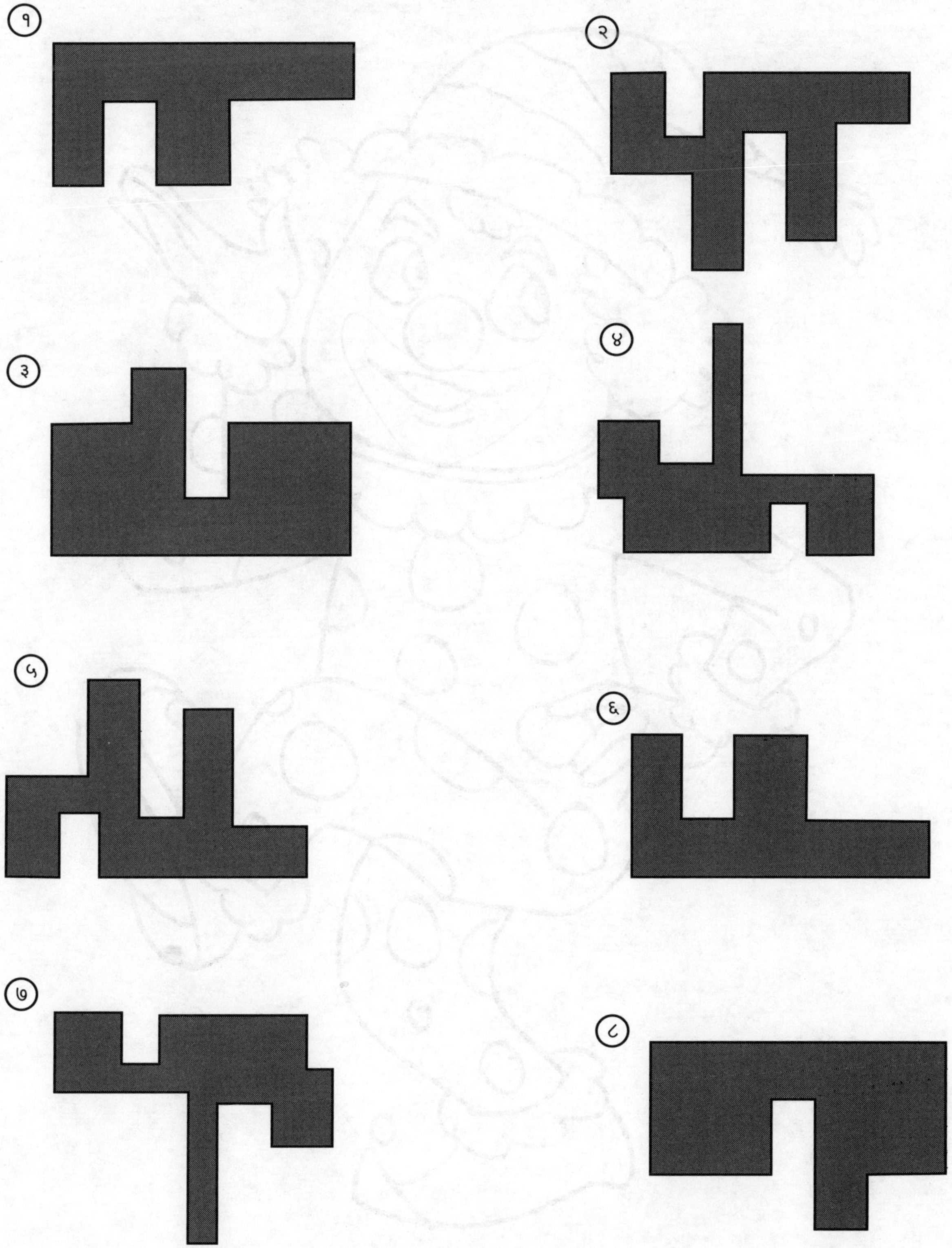

खालील चित्र रंगवा.

गणित सोडवा.

६	+	२	=	
+				+
६				१६
=				=
	+	१२	=	

७	-	२	=	
+				+
८				७
=				=
	-	३	=	

चित्रातील फरक ओळखा.

१

२

चित्रात किती विमाने लपली आहेत ते मोजा व चौकटीत लिहा.

जोड्या लावा.

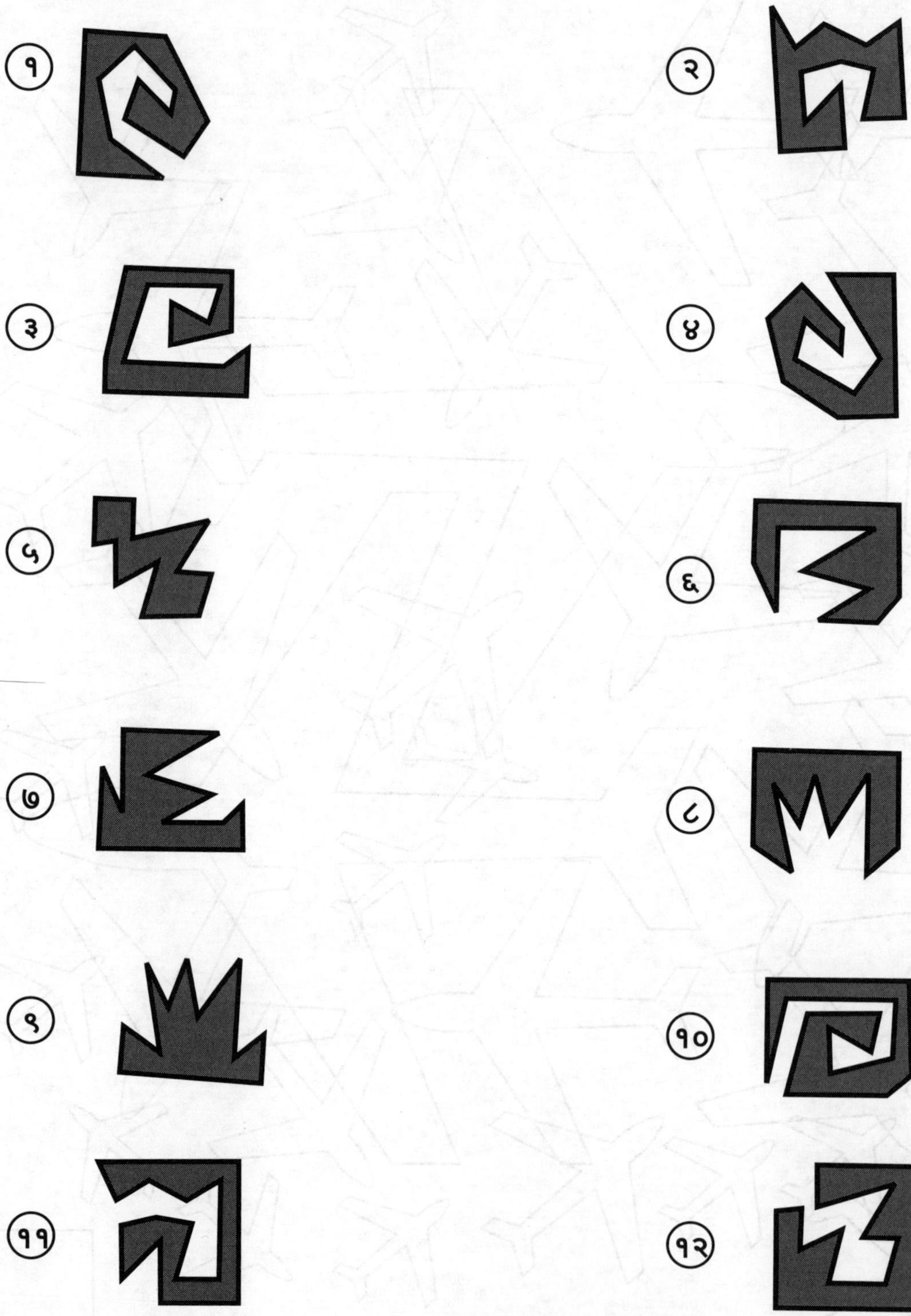

बगळ्याला माशापर्यंत जाण्यासाठी मदत करा.

प्रत्येक चौकोनात किती वस्तू आहेत ते मोजा व गोलात लिहा.

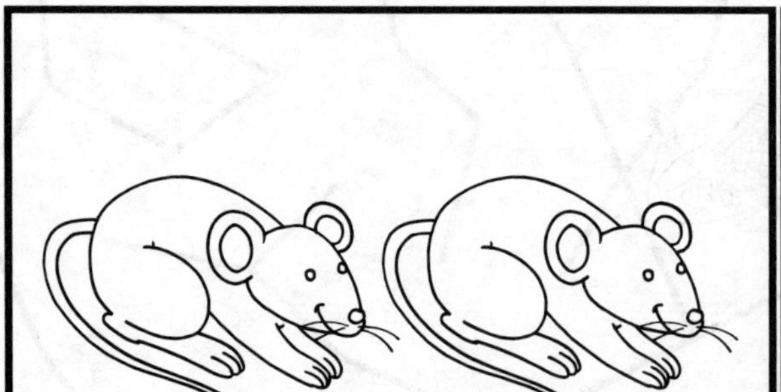

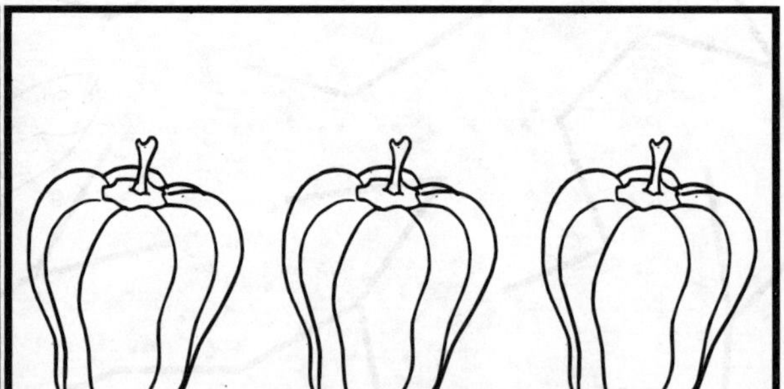

खाली काही प्राण्यांच्या सावल्या दिल्या आहेत.
सावलीतील प्राणी ओळखून चित्राखाली त्याचे नाव लिहा.

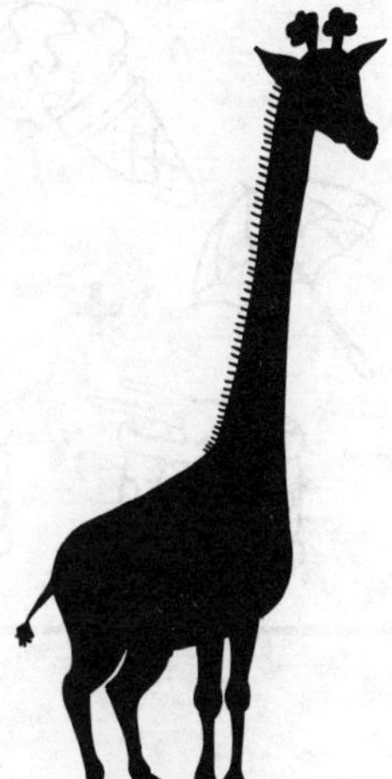

खाली दिलेल्या वस्तूंची बेरीज करून चौकोनात योग्य ते उत्तर लिहा.

१ २ ३ ४ ५

अ

=

ब

=

क

=

ड

=

मांजराला उंदरापर्यंत जाण्याचा मार्ग दाखवा.

या चित्रात किती गोगलगायी लपल्या आहे ते मोजा व चौकटीत लिहा.

ठिपके जोडा व चित्र पूर्ण करा.

चित्रकोड्यात लपलेल्या वस्तू ओळखा.

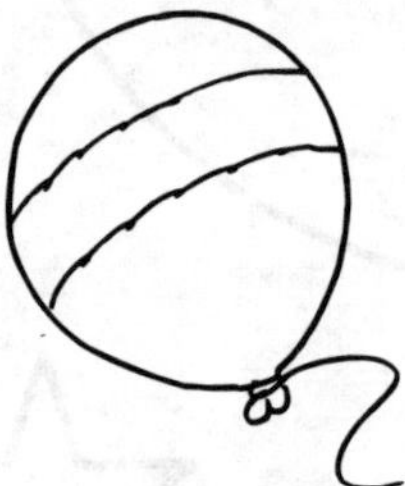
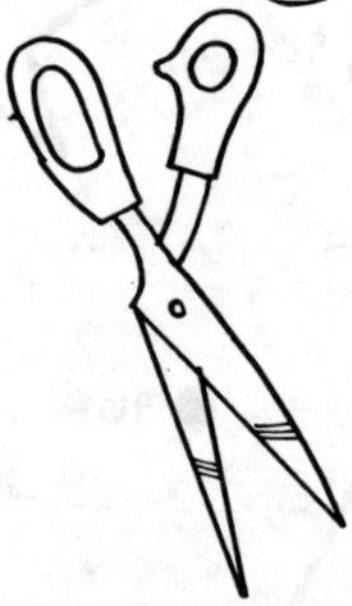

ह	घो	लि	छ	न	गु
टे	सा	डा	त्री	त्री	ला
के	लि	प	क	अ	ब
फु	गा	फो	ब	प	का
गु	ब	गु	न	त्री	के
मा	सा	फो	अ	म	ळी

खालील चौकोनातील कोंबड्याचे चित्र पूर्ण करा.

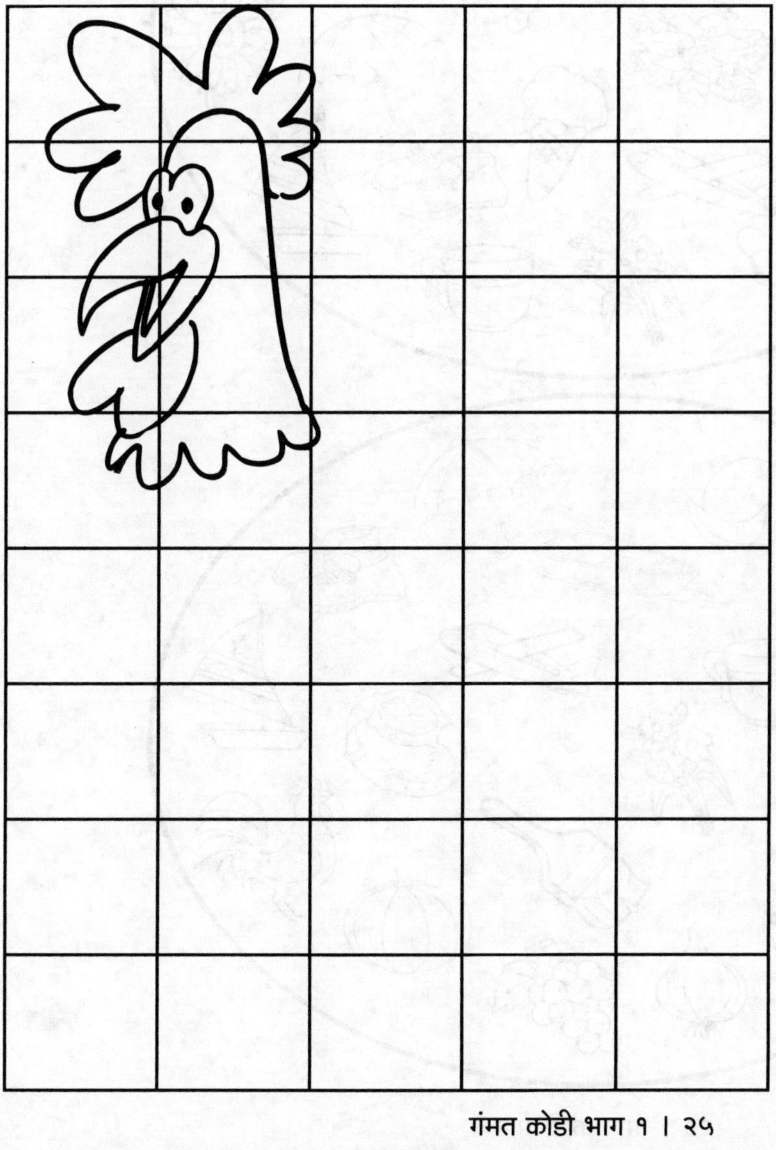

गोलात दिलेल्या चित्रामध्ये काही चित्रे अशी आहेत की ती पहिल्या गोलात आहेत, पण दुसऱ्या गोलात नाहीत आणि दुसऱ्यात जी चित्रे आहेत ती पहिल्या गोलात नाहीत, अशी चित्रे शोधा.

कोणत्या बरणीत किती वस्तू आहेत ते मोजा व गोलात लिहा.

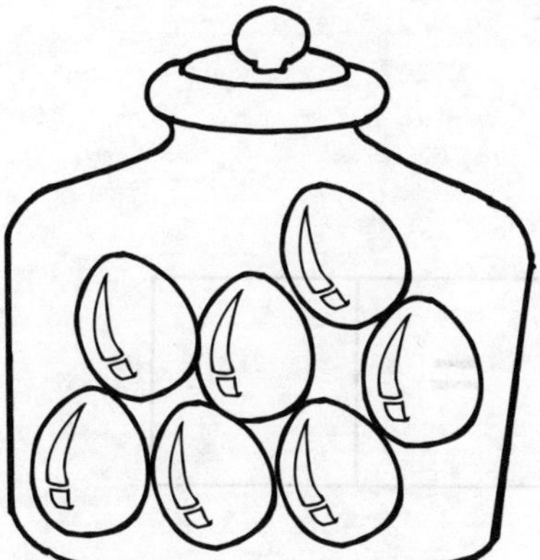

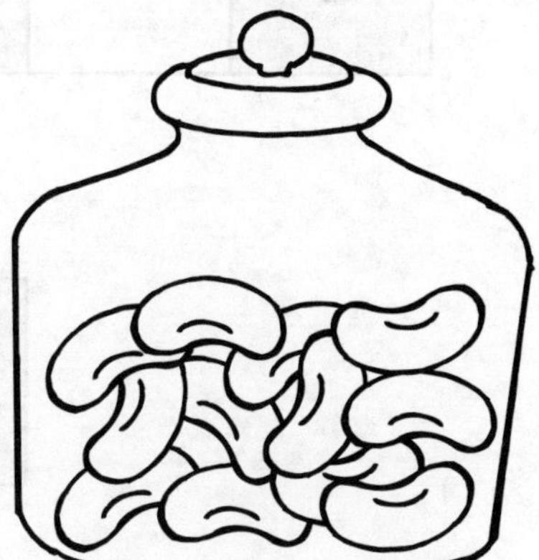

रिकाम्या जागेत योग्य तो अंक लिहा.

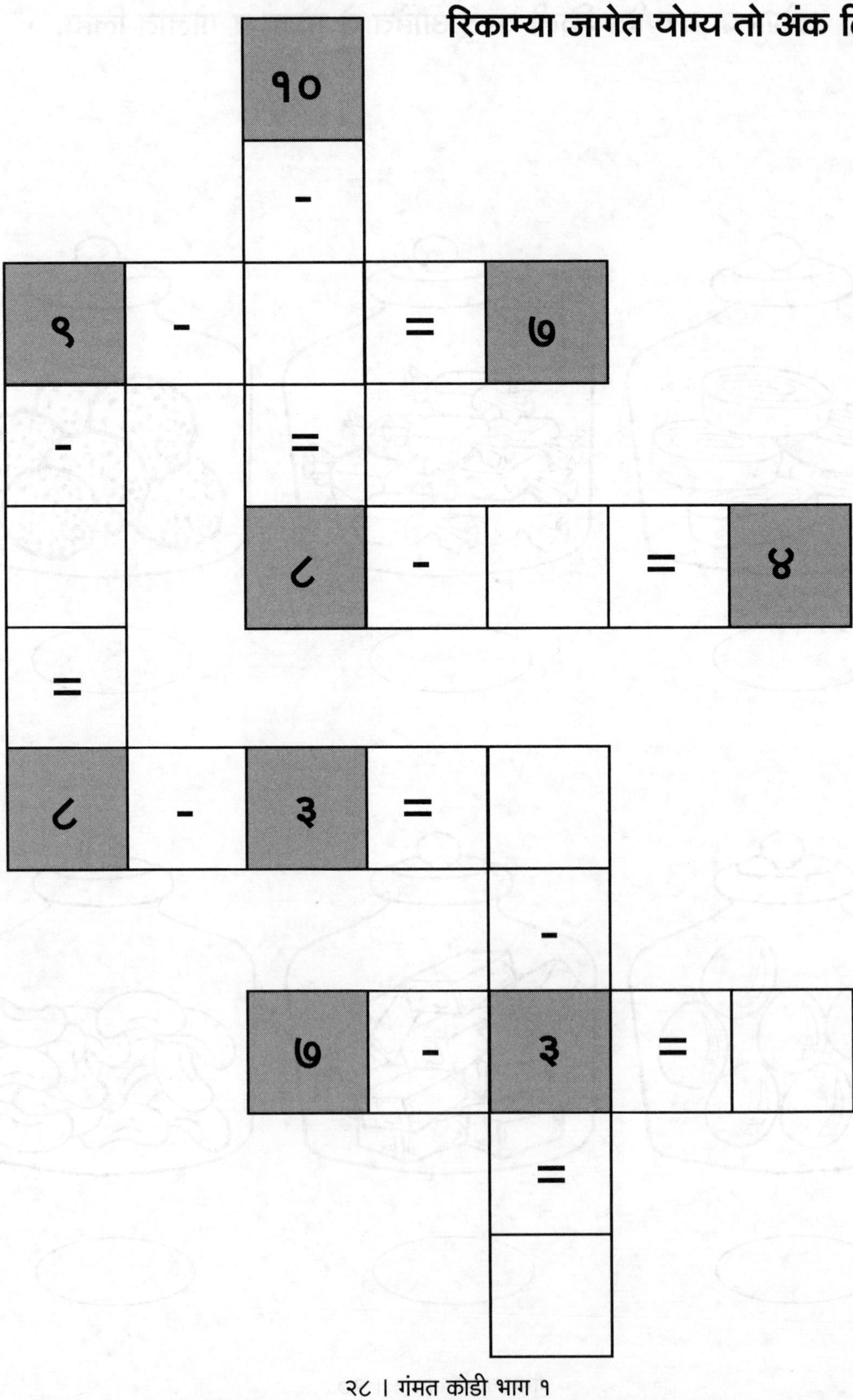

खाली दिलेल्या अंकाप्रमाणे चित्र रंगवा.

१ लाल
२ गुलाबी
३ हिरवा
४ तपकिरी
५ आकाशी

चौकोनातील वेगळी वस्तू ओळखा व पुढील चौकटीत योग्य आकडा टाका.

१

२

३

४

१

२

३

४

१

२

३

४

१

२

३

४